Achieving Financial Freedom: Steps to Grow Your Money and Stay Secure

ఆర్థిక స్వాతంత్ర్యం సాధించడం: మీ డబ్బును పెంచుకునేందుకు మరియు సురక్షితంగా ఉండటానికి దశలు

Arjun Desai

Copyright © [2023]

Author: Arjun Desai

Title: Achieving Financial Freedom: Steps to Grow Your Money and Stay Secure

All rights reserved. No part of this book may be reproduced or transmitted in any form or by any means, electronic or mechanical, including photocopying, recording, or by any information storage and retrieval system, without permission in writing from the author.

This book is a product of [Publisher's Arjun Desai]

ISBN:

TABLE OF CONTENTS

Chapter 1: What is Financial Freedom and Why is it Important?

Chapter 1: ఆర్థిక స్వాతంత్ర్యం అంచే ఏమిటి మరియు అది ఎందుకు ముఖ్యం?

ఆర్థిక స్వాతంత్ర్యం అంచే ఏమిటి మరియు అది ఎందుకు ముఖ్యమైనది?

ఆర్థిక స్వాతంత్ర్యం అంచే ఏమిటి మరియు అది ఎందుకు ముఖ్యమైనది?

ఆర్థిక స్వాతంత్ర్యం అంచే మీరు మీ ఆర్థిక లక్ష్యాలను సాధించగలిగిన సామర్థ్యం మరియు మీ ఖర్చులను మీ ఆదాయంతో అధిగమించవచ్చు. ఇది మీరు మీ జీవితాన్ని మీ నిబంధనల ప్రకారం జీవించగలరని మరియు మీరు ఆర్థికంగా ఎవరిపైనా ఆధారపడనవసరం లేదని అర్థం.

ఆర్థిక స్వాతంత్ర్యం అనేది అనేక కారణాల వల్ల ముఖ్యమైనది. మొదటిది, ఇది మీకు మీ జీవితాన్ని మీ ఇష్టానికి అనుగుణంగా జీవించే స్వేచ్చను ఇస్తుంది. మీరు మీ ఉద్యోగంతో సంతోషంగా లేకుంచే, దానిని వదిలివేయవచ్చు మరియు మీకు ఇష్టమైన పనిని చేయవచ్చు. మీరు ప్రయాణించాలని లేదా మీ కుటుంబంతో ఎక్కువ సమయం గడపాలని కోరుకుంచే, మీరు అది చేయవచ్చు.

రెండవది, ఆర్థిక స్వాతంత్ర్యం మీకు ఆర్థిక భద్రతను ఇస్తుంది. మీరు ఉద్యోగం కోల్పోతే, అనారోగ్యం పాలైతే లేదా మీకు ఆ unexpected నష్టం జరిగితే, మీరు ఇప్పటికీ మీ ఖర్చులను

తీర్చగలరు. మీరు మీ పిల్లల చదువుల కోసం లేదా మీ పదవీ విరమణ కోసం కూడా ఆర్థికంగా సిద్ధంగా ఉంటారు.

మూడవది, ఆర్థిక స్వాతంత్ర్యం మీకు మనశ్శాంతిని ఇస్తుంది. మీరు మీ ఆర్థిక భవిష్యత్తు గురించి ఆందోళన చెందాల్సిన అవసరం లేదు, ఎందుకంటే మీకు మీరు చూసుకోగలరని తెలుసు. ఇది మీరు మీ జీవితాన్ని మరింత ఆనందంగా మరియు పూర్తిగా జీవించడానికి అనుమతిస్తుంది.

ఆర్థిక స్వాతంత్ర్యాన్ని సాధించడానికి చిట్కాలు

ఆర్థిక స్వాతంత్ర్యాన్ని సాధించడానికి అనేక మార్గాలు ఉన్నాయి, కానీ కొన్ని సాధారణ చిట్కాలు ఇక్కడ ఉన్నాయి:

- మీ ఆర్థిక లక్ష్యాలను నిర్వచించండి. మీరు ఏమి సాధించాలనుకుంటున్నారో మీకు తెలిస్తే, మీరు అక్కడికి ఎలా చేరుకోవచ్చో మీరు ప్రణాళిక రూపొందించవచ్చు. మీ లక్ష్యాలు స్పష్టంగా, కొలవగలవి, సాధించగలవి, సంబంధితమైనవి మరియు సమయానికి కట్టుబడి ఉండేలా చూసుకోండి.

- మీ ఖర్చులను నిర్వహించండి. మీరు ఎక్కడ డబ్బు ఖర్చు చేస్తున్నారో తెలుసుకోవడం ముఖ్యం, తద్వారా మీరు మీ ఖర్చులను తగ్గించుకోవచ్చు. బడ్జెట్ రూపొందించి, దానికి కట్టుబడి ఉండేలా చూసుకోండి.

ఆర్థిక స్వాతంత్ర్యం యొక్క ప్రయోజనాలు

ఆర్థిక స్వాతంత్ర్యం అంటే మీరు మీ ఆర్థిక లక్ష్యాలను సాధించి, మీకు కావలసిన జీవితాన్ని గడపడానికి తగినంత డబ్బు ఉండటం. ఇది మీ అప్పులన్నింటినీ చెల్లించడం, మీ రిటైర్‌మెంట్ కోసం సేవ్ చేయడం మరియు మీరు ఎంచుకున్న ఉద్యోగం లేదా వ్యాపారంలో పని చేయడానికి తగినంత ప్యాసివ్ ఇన్‌కమ్‌ని కలిగి ఉండటం అంటే.

ఆర్థిక స్వాతంత్ర్యం యొక్క ప్రయోజనాలు అనేకం. ఇది మీకు మరింత శాంతి మరియు మానసిక స్వాతంత్ర్యాన్ని ఇస్తుంది. మీరు ఆర్థికంగా స్వతంత్రంగా ఉంటే, మీరు మీ కుటుంబం మరియు స్నేహితులతో ఎక్కువ సమయం గడపడం, మీకు ఇష్టమైన విషయాలను చేయడం మరియు మీ జీవితాన్ని పూర్తిగా ఆస్వాదించడంపై దృష్టి పెట్టవచ్చు.

ఆర్థిక స్వాతంత్ర్యం యొక్క మరికొన్ని ప్రయోజనాలు ఇక్కడ ఉన్నాయి:

- మీరు మీ కలలను సాధించవచ్చు. మీరు ఆర్థికంగా స్వతంత్రంగా ఉంటే, మీరు మీ జీవితంలో ఏమి సాధించాలనుకుంటున్నారో దానిపై దృష్టి పెట్టవచ్చు. మీరు మీ సొంత వ్యాపారాన్ని ప్రారంభించాలని, ప్రపంచాన్ని చూడాలని లేదా కళలను అభ్యసించాలని కోరుకున్నా, ఆర్థిక స్వాతంత్ర్యం మీకు ఆ అవకాశాలను ఇస్తుంది.

- మీరు మీ కుటుంబాన్ని ఆర్థికంగా భద్రపరుచుకోవచ్చు. మీరు ఆర్థికంగా స్వతంత్రంగా ఉంటే, మీ కుటుంబం భవిష్యత్తులో ఏమి జరిగినా సరే

సురక్షితంగా ఉంటుందని మీరు తెలుసుకోవచ్చు. మీరు మీ పిల్లల చదువుకు, మీ రిటైర్మెంట్కు మరియు unexpected expenses కోసం సేవ్ చేయవచ్చు.

- మీరు మరింత ప్రజాస్వామ్య స్ఫూర్తితో జీవించవచ్చు. మీరు ఆర్థికంగా స్వతంత్రంగా ఉంటే, మీరు మీకు ఇష్టమైన వాటి కోసం నిలబడవచ్చు మరియు మీ విలువలకు అనుగుణంగా జీవించవచ్చు. మీరు మీ ఉద్యోగం లేదా వ్యాపారంలో పని చేయడానికి ఒత్తిడి లేకుండా ఉంటారు మరియు మీరు మీ సమయాన్ని మరియు డబ్బును మీరు ఎంచుకున్న విధంగా ఖర్చు చేయవచ్చు.

ఆర్థిక స్వాతంత్ర్యం అంటే ఏమిటి?

ఆర్థిక స్వాతంత్ర్యం అనేది మీరు మీ ఆర్థిక లక్ష్యాలను సాధించి, మీరు కోరుకున్న జీవితాన్ని గడపగలిగే స్థితి. మీరు ఆర్థికంగా స్వతంత్రులుగా ఉన్నట్లయితే, మీరు మీ ఉద్యోగానికి బందీలుగా ఉండాల్సిన అవసరం లేదు, మీరు మీ సమయాన్ని మరియు డబ్బును మీరు కోరుకున్న విధంగా ఖర్చు చేయవచ్చు.

ఆర్థిక స్వాతంత్ర్యాన్ని సాధించడానికి ఎలాంటి దారులున్నాయి?

ఆర్థిక స్వాతంత్ర్యాన్ని సాధించడానికి అనేక మార్గాలు ఉన్నాయి, కానీ కొన్ని అత్యంత సాధారణమైనవి:

- మీ ఆదాయాన్ని పెంచుకోండి. ఇది మీ జీతాన్ని పెంచడం, రెండవ ఉద్యోగం పొందడం, లేదా వ్యాపారం ప్రారంభించడం ద్వారా చేయవచ్చు.

- మీ ఖర్చులను తగ్గించుకోండి. ఇది మీ బడ్జెట్‌ను సృష్టించి అనుసరించడం, అవసరం లేని వస్తువులను కొనుగోలు చేయడం తగ్గించడం, మరియు మీ చందాలను సమీక్షించడం ద్వారా చేయవచ్చు.

- మీరు పొదుపు చేసిన డబ్బును పెట్టుబడి పెట్టండి. ఇది మీ డబ్బును బ్యాంకులో పొదుపు చేయడం, మ్యూచువల్ ఫండ్‌లలో పెట్టుబడి పెట్టడం, లేదా స్టాక్ మార్కెట్‌లో పెట్టుబడి పెట్టడం ద్వారా చేయవచ్చు.

ఆర్థిక స్వాతంత్ర్యాన్ని సాధించడానికి కొన్ని చిట్కాలు

- మీ ఆర్థిక లక్ష్యాలను నిర్వచించండి. మీరు ఎంత డబ్బు పొదుపు చేయాలనుకుంటున్నారో, ఎన్ని సంవత్సరాలలో మీరు రిటైర్ అవ్వాలనుకుంటున్నారో, మరియు మీరు మీ రిటైర్‌మెంట్‌లో ఎలాంటి జీవితాన్ని గడపాలనుకుంటున్నారో నిర్ణయించుకోండి.

- బడ్జెట్ సృష్టించండి మరియు అనుసరించండి. మీ బడ్జెట్ మీ ఆదాయం మరియు ఖర్చులను ట్రాక్ చేయడానికి మరియు మీ ఆర్థిక లక్ష్యాలను సాధించడంలో మీకు సహాయపడుతుంది.

- మీ ఖర్చులను తగ్గించుకోండి. మీరు ఎక్కడ డబ్బు ఖర్చు చేస్తున్నారో ట్రాక్ చేయండి మరియు అవసరం లేని వస్తువులను కొనుగోలు చేయడం తగ్గించండి.

- మీరు పొదుపు చేసిన డబ్బును పెట్టుబడి పెట్టండి. మీ డబ్బును పెట్టుబడి పెట్టడం ద్వారా, సమయంతో పాటు మీ సంపదను పెంచుకోవచ్చు.

- మీ ఆర్థిక ప్రణాళికను సమీక్షించి నవీకరించండి. మీ ఆర్థిక పరిస్థితి మారినప్పుడు, మీ ఆర్థిక ప్రణాళికను సమీక్షించి నవీకరించండి.

ఆర్థిక లక్ష్యాలు అంటే ఏమిటి?

ఆర్థిక లక్ష్యాలను నిర్దేశించడం అనేది ఆర్థికంగా స్వతంత్రులవ్వడానికి మరియు మీరు కోరుకున్న జీవితాన్ని గడపడానికి తీసుకునే మొదటి దశ. మీరు మీ ఆర్థిక లక్ష్యాలను స్పష్టంగా నిర్వచించినప్పుడు, వాటిని సాధించడానికి మీరు ఒక ప్రణాళికను రూపొందించుకోవచ్చు మరియు మీ ప్రగతిని ట్రాక్ చేయవచ్చు.

ఆర్థిక లక్ష్యాలను ఎలా నిర్దేశించాలి

ఆర్థిక లక్ష్యాలను నిర్దేశించేటప్పుడు, ఈ క్రింది దశలను అనుసరించండి:

1. మీ ప్రస్తుత ఆర్థిక పరిస్థితిని అర్థం చేసుకోండి. మీ ఆదాయం, ఖర్చులు, మరియు ఆస్తులు మరియు అప్పులను సమీక్షించండి.

2. మీ దీర్ఘకాలిక ఆర్థిక లక్ష్యాలను గుర్తించండి. మీరు రిటైర్‌మెంట్‌లో ఎలాంటి జీవితాన్ని గడపాలనుకుంటున్నారో, మీ పిల్లల విద్య కోసం మీరు ఎంత డబ్బు పొదుపు చేయాలనుకుంటున్నారో, మరియు మీరు కొనాలనుకుంటున్న పెద్ద ఖర్చులు ఏమిటో ఆలోచించండి.

3. మీ దీర్ఘకాలిక లక్ష్యాలను స్వల్పకాలిక మరియు మధ్య-కాలిక లక్ష్యాలుగా విభజించండి. ఇది మీ లక్ష్యాలను మరింత సాధించగల మరియు నిర్వహించగల స్థితిలోకి తీసుకురావడానికి సహాయపడుతుంది.

4. మీ లక్ష్యాలను SMART (Specific, Measurable, Achievable, Relevant, and Time-bound)గా చేయండి. ఉదాహరణకు, "నేను పొదుపు చేస్తాను" అని చెప్పడం కంటే, "నేను నా తదుపరి జీతం నుండి $1000 పొదుపు చేస్తాను" అని చెప్పడం మంచిది.

5. మీ లక్ష్యాలను వ్రాసి ఉంచండి. ఇది మీ లక్ష్యాలపై దృష్టి సారించడానికి మరియు మీ ప్రగతిని ట్రాక్ చేయడానికి సహాయపడుతుంది.

ఆర్థిక లక్ష్యాలను సాధించడానికి చిట్కాలు

మీ ఆర్థిక లక్ష్యాలను సాధించడానికి, ఈ క్రింది చిట్కాలను అనుసరించండి:

- బడ్జెట్ సృష్టించండి మరియు అనుసరించండి. బడ్జెట్ మీ ఆదాయం మరియు ఖర్చులను ట్రాక్ చేయడానికి మరియు మీ లక్ష్యాలను సాధించడంలో మీకు సహాయపడుతుంది.

- మీ ఖర్చులను తగ్గించుకోండి. మీరు ఎక్కడ డబ్బు ఖర్చు చేస్తున్నారో ట్రాక్ చేయండి మరియు అవసరం లేని వస్తువులను కొనుగోలు చేయడం తగ్గించండి.

- మీరు పొదుపు చేసిన డబ్బును పెట్టుబడి పెట్టండి. మీ డబ్బును పెట్టుబడి పెట్టడం ద్వారా, సమయంతో పాటు మీ సంపదను పెంచుకోవచ్చు.

- మీ ఆర్థిక ప్రణాళికను సమీక్షించి నవీకరించండి. మీ ఆర్థిక పరిస్థితి మారినప్పుడు, మీ ఆర్థిక ప్రణాళికను సమీక్షించి నవీకరించండి.

బడ్జెట్ సృష్టించడం

బడ్జెట్ అంటే ఏమిటి?

బడ్జెట్ అంటే మీ ఆదాయం మరియు ఖర్చులను ట్రాక్ చేయడానికి మరియు మీ ఆర్థిక లక్ష్యాలను సాధించడంలో మీకు సహాయపడే ఒక ప్రణాళిక. బడ్జెట్ సృష్టించడం ద్వారా, మీరు ఎక్కడ డబ్బు ఖర్చు చేస్తున్నారో ట్రాక్ చేయవచ్చు మరియు అవసరం లేని వస్తువులను కొనుగోలు చేయడం తగ్గించవచ్చు. బడ్జెట్ సృష్టించడం కూడా మీరు మీ ఆర్థిక లక్ష్యాలను సాధించడానికి ఎంత డబ్బును పొదుపు చేయాలి మరియు పెట్టుబడి పెట్టాలి అనే దానికి మీకు ఒక అంచనాను ఇస్తుంది.

బడ్జెట్ ఎలా సృష్టించాలి?

బడ్జెట్ సృష్టించడానికి, మీరు ఈ క్రింది దశలను అనుసరించవచ్చు:

1. మీ ఆదాయాన్ని లెక్కించండి. మీ నెలవారీ ఆదాయాన్ని లెక్కించండి. ఇందులో మీ జీతం, బోనస్‌లు, మరియు ఇతర ఆదాయాలు ఉండవచ్చు.

2. మీ ఖర్చులను ట్రాక్ చేయండి. మీ నెలవారీ ఖర్చులను ట్రాక్ చేయండి. ఇందులో మీ గృహ ఖర్చులు, రవాణా ఖర్చులు, ఆహార ఖర్చులు, మరియు ఇతర ఖర్చులు ఉండవచ్చు.

3. మీ ఆదాయం మరియు ఖర్చులను పోల్చండి. మీ ఆదాయం మరియు ఖర్చులను పోల్చండి. మీరు ఎంత

డబ్బును పొదుపు చేస్తున్నారు లేదా ఖర్చు చేస్తున్నారో ఇది మీకు చూపిస్తుంది.

4. మీ బడ్జెట్‌ను సృష్టించండి. మీ ఆదాయం మరియు ఖర్చుల ఆధారంగా, మీ బడ్జెట్‌ను సృష్టించండి. మీరు మీ ఆదాయాన్ని ఎలా ఖర్చు చేయాలనుకుంటున్నారో నిర్ణయించుకోండి. మీరు మీ ఆర్థిక లక్ష్యాలను సాధించడానికి ఎంత డబ్బును పొదుపు చేయాలి మరియు పెట్టుబడి పెట్టాలి అనే దానికి కూడా నిర్ణయించుకోండి.

5. మీ బడ్జెట్‌ను అమలు చేయండి. మీ బడ్జెట్‌ను అమలు చేయండి మరియు మీరు సరైన దారిలో ఉన్నారో లేదో తనిఖీ చేయడానికి ప్రతి నెలా మీ ఖర్చులను ట్రాక్ చేయండి.

మీ ఖర్చులను ట్రాక్ చేయడం

మీ ఖర్చులను ట్రాక్ చేయడం అంటే మీరు ఎక్కడ డబ్బు ఖర్చు చేస్తున్నారో తెలుసుకోవడం. ఇది మీరు మీ బడ్జెట్‌ను అనుసరించడానికి మరియు మీ ఆర్థిక లక్ష్యాలను సాధించడానికి సహాయపడే ఒక ముఖ్యమైన దశ. మీ ఖర్చులను ట్రాక్ చేయడానికి అనేక మార్గాలు ఉన్నాయి. మీరు పెన్ మరియు పేపర్‌ని ఉపయోగించవచ్చు, స్ప్రెడ్‌షీట్‌ను సృష్టించవచ్చు, లేదా బడ్జెట్ ట్రాకింగ్ యాప్‌ని ఉపయోగించవచ్చు.

మీ ఖర్చులను ట్రాక్ చేయడానికి దశలు

1. మీ ఖర్చులను రాయండి. మీరు ఖర్చు చేసే ప్రతి రూపాయిని రాయండి. ఇందులో చిన్న ఖర్చులు కూడా ఉండవచ్చు, chẳng hạn గానీ ఒక పావ్ రొట్టి కొనడం లేదా బస్సులో ప్రయాణించడం వంటివి.

2. మీ ఖర్చులను వర్గీకరించండి. మీ ఖర్చులను వర్గీకరించండి. ఇందులో గృహ ఖర్చులు, రవాణా ఖర్చులు, ఆహార ఖర్చులు, మరియు ఇతర ఖర్చులు వంటివి ఉండవచ్చు.

3. మీ ఖర్చులకు మొత్తం విలువను లెక్కించండి. మీ ప్రతి వర్గంలోని ఖర్చులకు మొత్తం విలువను లెక్కించండి. ఇది మీరు ఎక్కడ ఎక్కువ డబ్బు ఖర్చు చేస్తున్నారో తెలుసుకోవడానికి మీకు సహాయపడుతుంది.

4. మీ ఖర్చులను సమీక్షించండి. ప్రతి నెలా లేదా రెండు నెలలకు ఒకసారి మీ ఖర్చులను సమీక్షించండి. ఇది మీ బడ్జెట్‌ను అనుసరిస్తున్నారో లేదో మరియు మీరు మీ

ఆర్థిక లక్ష్యాలను సాధిస్తున్నారో లేదో తెలుసుకోవడానికి మీకు సహాయపడుతుంది.

మీ ఖర్చులను ట్రాక్ చేయడానికి చిట్కాలు

- ప్రతి ఖర్చును రాయండి. చిన్న ఖర్చులను కూడా రాయండి. ఇవి సమయంతో పాటు పెద్ద మొత్తంగా మారవచ్చు.

- నిర్దిష్ట వర్గాలను ఉపయోగించండి. మీ ఖర్చులను నిర్దిష్ట వర్గాలలో వర్గీకరించండి. ఇది మీరు ఎక్కడ ఎక్కువ డబ్బు ఖర్చు చేస్తున్నారో తెలుసుకోవడానికి మీకు సహాయపడుతుంది.

- రెగ్యులర్‌గా మీ ఖర్చులను సమీక్షించండి. ప్రతి నెలా లేదా రెండు నెలలకు ఒకసారి మీ ఖర్చులను సమీక్షించండి. ఇది మీ బడ్జెట్‌ను అనుసరిస్తున్నారో లేదో మరియు మీరు మీ ఆర్థిక లక్ష్యాలను సాధిస్తున్నారో లేదో తెలుసుకోవడానికి మీకు సహాయపడుతుంది.

- బడ్జెట్ ట్రాకింగ్ యాప్‌ని ఉపయోగించండి. బడ్జెట్ ట్రాకింగ్ యాప్ మీ ఖర్చులను ట్రాక్ చేయడానికి మరియు మీ బడ్జెట్‌ను అనుసరించడానికి సహాయపడగలదు.

Chapter 2: Growing Your Money
Chapter 2: మీ డబ్బును పెంచుకోండి

పెట్టుబడి అంటే ఏమిటి?

పెట్టుబడి అంటే భవిష్యత్తులో ఆర్థిక లాభాలను పొందే ఉద్దేశంతో ప్రస్తుత ఆర్థిక వనరులను వాడడం. పెట్టుబడి ప్రాథమికంగా రెండు రకాలు:

- స్థిర పెట్టుబడి: ఇది భవిష్యత్తులో క్రమ పద్ధతిలో ఆదాయాన్ని అందించే పెట్టుబడి. ఉదాహరణకు, బ్యాంకు డిపాజిట్లు, ప్రభుత్వ బాండ్లు మొదలైనవి.

- సృజనాత్మక పెట్టుబడి: ఇది భవిష్యత్తులో మూలధన వృద్ధిని అందించే పెట్టుబడి. ఉదాహరణకు, స్టాక్లు, రియల్ ఎస్టేట్, మొదలైనవి.

పెట్టుబడి యొక్క ప్రాముఖ్యత

పెట్టుబడి చాలా ముఖ్యం ఎందుకంటే అది మీ ఆర్థిక భవిష్యత్తును సురక్షితం చేయడానికి మరియు మీ ఆర్థిక లక్ష్యాలను సాధించడానికి సహాయపడుతుంది. పెట్టుబడి ద్వారా మీరు:

- ద్రవ్యోల్బణం నుండి మీ డబ్బును రక్షించవచ్చు. ద్రవ్యోల్బణం అంటే వస్తువులు మరియు సేవల ధరలు పెరగడం. పెట్టుబడి మీ డబ్బును ద్రవ్యోల్బణం నుండి రక్షించడానికి మరియు మీ కొనుగోలు శక్తిని నిర్వహించడానికి సహాయపడుతుంది.

- మీ సంపదను పెంచుకోవచ్చు. పెట్టుబడి మీ సంపదను పెంచుకోవడానికి మరియు మీ ఆర్థిక లక్ష్యాలను సాధించడానికి సహాయపడుతుంది. ఉదాహరణకు, మీరు రిటైర్‌మెంట్ కోసం పొదుపు చేస్తున్నట్లయితే, పెట్టుబడి మీరు మీ రిటైర్‌మెంట్‌లో సౌకర్యవంతమైన జీవితాన్ని గడపడానికి సహాయపడుతుంది.

- ఆర్థిక స్వాతంత్ర్యాన్ని సాధించవచ్చు. పెట్టుబడి మీరు ఆర్థిక స్వాతంత్ర్యాన్ని సాధించడానికి సహాయపడుతుంది. ఆర్థిక స్వాతంత్ర్యం అంటే మీరు మీ ఆర్థిక భవిష్యత్తును గురించి ఆందోళన చెందాల్సిన అవసరం లేకుండా, మీ కోరుకున్న జీవితాన్ని గడపగలగడం.

పెట్టుబడుల రకాలు

పెట్టుబడి అనేది భవిష్యత్తులో ఆర్థిక లాభాలు పొందే ఉద్దేశంతో డబ్బును లేదా ఇతర విలువైన ఆస్తులను కేటాయించే ప్రక్రియ. పెట్టుబడులు వివిధ రకాలు ఉంటాయి, మరియు ప్రతి రకానికి దానికదే అయిన రిస్క్-రివార్డ్ రేషియో ఉంటుంది.

పెట్టుబడులను ప్రధానంగా రెండు రకాలుగా విభజించవచ్చు:

1. ఆదాయం పొందే పెట్టుబడులు: ఈ పెట్టుబడులు తక్కువ రిస్క్‌తో ఉంటాయి మరియు స్థిరమైన ఆదాయాన్ని అందిస్తాయి. ఫిక్స్‌డ్ డిపాజిట్లు, పొదుపు ఖాతాలు, బాండ్లు మరియు ప్రభుత్వ సెక్యూరిటీలు ఈ రకమైన పెట్టుబడులకు ఉదాహరణలు.

2. మూలధన వృద్ధి పొందే పెట్టుబడులు: ఈ పెట్టుబడులు ఎక్కువ రిస్క్‌తో ఉంటాయి, కానీ అవి ఎక్కువ రాబడిని కూడా అందిస్తాయి. ఈక్విటీ మార్కెట్లు, రియల్ ఎస్టేట్ మరియు బంగారం ఈ రకమైన పెట్టుబడులకు ఉదాహరణలు.

పెట్టుబడులను ఇతర విధాలుగా కూడా విభజించవచ్చు:

- కాలవ్యవధి ఆధారంగా: పెట్టుబడులను స్వల్పకాలిక, మధ్యస్థ కాలిక మరియు దీర్ఘకాలిక పెట్టుబడులుగా విభజించవచ్చు.

- ఆస్తి తరగతి ఆధారంగా: పెట్టుబడులను ఈక్విటీ, డెట్, రియల్ ఎస్టేట్ మరియు బంగారం వంటి వివిధ ఆస్తి తరగతులుగా విభజించవచ్చు.

- రిస్క్ ఆధారంగా: పెట్టుబడులను తక్కువ రిస్క్, మధ్యస్థ రిస్క్ మరియు అధిక రిస్క్ పెట్టుబడులుగా విభజించవచ్చు.

పెట్టుబడి ఎంపిక:

పెట్టుబడులు ఎంచుకునేటప్పుడు, మీ ఆర్థిక లక్ష్యాలు, రిస్క్-రివార్డ్ సహనం మరియు పెట్టుబడి కాలవ్యవధిని పరిగణనలోకి తీసుకోవడం చాలా ముఖ్యం. మీరు మీ పెట్టుబడులను విభిన్న ఆస్తి తరగతులకు వెదజల్లడం కూడా ముఖ్యం, తద్వారా ఒక ఆస్తి తరగతిలో అవాంతరాలు ఏర్పడినప్పుడు మీ మొత్తం పెట్టుబడి పోర్ట్ఫోలియో ప్రభావితం కాకుండా ఉంటుంది.

నిర్దిష్టంగా మీ కోసం సరైన పెట్టుబడులను ఎలా ఎంచుకోవాలి?

మీ పెట్టుబడి లక్ష్యాలు, రిస్క్ ఆకలి, మరియు ఆర్థిక పరిస్థితిని బట్టి మీరు మీ పెట్టుబడులను ఎంచుకోవాలి. మీరు మీ పెట్టుబడులను డైవర్సిపై చేయాలి, అంటే మీ డబ్బును వివిధ రకాల ఆస్తులలో పెట్టుబడి పెట్టాలి. ఇది మీ రిస్క్‌ను తగ్గించడానికి మరియు మీ రాబడిని పెంచడానికి సహాయపడుతుంది.

మీ పెట్టుబడి లక్ష్యాలను నిర్వచించండి

మీరు పెట్టుబడి పెట్టడానికి కారణం ఏమిటి? మీరు పెద్ద ఇల్లు కొనాలని ప్లాన్ చేస్తున్నారా? మీ పిల్లల విద్యకోసం సేవ్ చేస్తున్నారా? మీ పదవీ విరమణ కోసం సిద్ధం చేస్తున్నారా? మీ పెట్టుబడి లక్ష్యాలను తెలుసుకున్న తర్వాత, మీరు వాటిని సాధించడంలో మీకు సహాయపడే పెట్టుబడులు ఎంచుకోవచ్చు.

మీ రిస్క్ ఆకలిని అంచనా వేయండి

మీరు ఎంత రిస్క్ తీసుకోవడానికి సిద్ధంగా ఉన్నారు? మీరు మీ పెట్టుబడులను నష్టపోకుండా ఉండాలని కోరుకుంటున్నారా లేదా మీరు అధిక రాబడి కోసం కొంత రిస్క్ తీసుకోవడానికి సిద్ధంగా ఉన్నారా? మీ రిస్క్ ఆకలిని బట్టి, మీరు తక్కువ రిస్క్ ఉన్న పెట్టుబడులు లేదా అధిక రిస్క్ ఉన్న పెట్టుబడులు ఎంచుకోవచ్చు.

మీ ఆర్థిక పరిస్థితిని అర్థం చేసుకోండి

మీరు ఎంత డబ్బు పెట్టుబడి పెట్టగలరు? మీరు ఎంతకాలం పెట్టుబడి పెట్టగలరు? మీరు ఎంత అప్పులు చేస్తున్నారు? మీ ఆర్థిక పరిస్థితిని బట్టి, మీరు మీ పెట్టుబడులను ఎంచుకోవాలి. ఉదాహరణకు, మీరు తక్కువ ఆదాయం మరియు అధిక అప్పులతో ఉంటే, మీరు తక్కువ రిస్క్ ఉన్న పెట్టుబడులను ఎంచుకోవాలి.

మీ పెట్టుబడులను డైవర్సిపై చేయండి

మీ పెట్టుబడులను వివిధ రకాల ఆస్తులలో పెట్టుబడి పెట్టడం ద్వారా మీ రిస్క్‌ను తగ్గించవచ్చు. ఉదాహరణకు, మీరు ఈక్విటీలు, బాండ్లు మరియు రియల్ ఎస్టేట్‌లో పెట్టుబడి పెట్టవచ్చు. మీరు వివిధ పరిశ్రమలు మరియు కంపెనీలలో కూడా పెట్టుబడి పెట్టవచ్చు.

పెట్టుబడి సలహాదారుడిని సంప్రదించండి

మీరు మీ పెట్టుబడులను ఎలా ఎంచుకోవాలో తెలియకపోతే, మీరు పెట్టుబడి సలహాదారుడిని సంప్రదించవచ్చు. పెట్టుబడి సలహాదారులు మీ పెట్టుబడి లక్ష్యాలు, రిస్క్ ఆకలి మరియు ఆర్థిక పరిస్థితిని అర్థం చేసుకుని, మీకు సరైన పెట్టుబడులు ఎంచుకోవడంలో సహాయపడతారు.

రిస్క్ vs. రాబడి

పెట్టుబడిలో, రిస్క్ మరియు రాబడి రెండూ ముఖ్యమైన అంశాలు. రిస్క్ అంటే మీరు మీ పెట్టుబడిలో కొంత భాగం లేదా మొత్తం భాగాన్ని కోల్పోయే అవకాశం. రాబడి అంటే మీరు మీ పెట్టుబడిపై చేసే లాభం.

సాధారణంగా, రిస్క్ మరియు రాబడి నేరుగా అనుసంధానించబడి ఉంటాయి. అంటే, మీరు ఎంత ఎక్కువ రిస్క్ తీసుకుంటే, అంత ఎక్కువ రాబడిని ఆశించవచ్చు. అయితే, మీరు ఎంత ఎక్కువ రిస్క్ తీసుకుంటే, అంత ఎక్కువ నష్టపోయే అవకాశం కూడా ఉంటుంది.

రిస్కు యొక్క రకాలు

పెట్టుబడిలో వివిధ రకాల రిస్కులు ఉన్నాయి. కొన్ని ముఖ్యమైన రిస్కులలో:

- మార్కెట్ రిస్క్: మార్కెట్ రిస్క్ అంటే మొత్తం మార్కెట్ పడిపోయినప్పుడు మీ పెట్టుబడి విలువ తగ్గే అవకాశం.

- క్రెడిట్ రిస్క్: క్రెడిట్ రిస్క్ అంటే మీరు పెట్టుబడి పెట్టిన సంస్థ లేదా ప్రభుత్వం తన అప్పులను తిరిగి చెల్లించలేకపోతే మీ డబ్బును కోల్పోయే అవకాశం.

- ద్రవ్య రిస్క్: ద్రవ్య రిస్క్ అంటే మీరు అవసరమైనప్పుడు మీ పెట్టుబడిని సొమ్ము చేసుకోలేకపోతే మీ డబ్బును కోల్పోయే అవకాశం.

రాబడి యొక్క రకాలు

పెట్టుబడిలో వివిధ రకాల రాబడిలు ఉన్నాయి. కొన్ని ముఖ్యమైన రాబడిలలో:

- మెచ్యూరిటీ రాబడి: మెచ్యూరిటీ రాబడి అంటే మీరు మీ పెట్టుబడిని పెట్టిన సంస్థ లేదా ప్రభుత్వం మీకు చెల్లించే వడ్డీ రేటు.

- డివిడెండ్ రాబడి: డివిడెండ్ రాబడి అంటే కంపెనీ తన లాభాలలో కొంత భాగాన్ని తన వాటాదారులకు చెల్లించినప్పుడు మీరు అందుకునే చెల్లింపు.

- మూలధన రాబడి: మూలధన రాబడి అంటే మీ పెట్టుబడి విలువ పెరిగినప్పుడు మీరు చేసే లాభం.

రిస్క్ మరియు రాబడిని ఎలా నిర్వహించాలి

పెట్టుబడిదారులుగా, మనం రిస్క్ మరియు రాబడి మధ్య సమతుల్యతను కనుగొనాలి. మనం ఎంత ఎక్కువ రాబడిని కోరుకుంటే, అంత ఎక్కువ రిస్క్ తీసుకోవాలి. అయితే, మనం ఎంత ఎక్కువ రిస్క్ తీసుకుంటే, అంత ఎక్కువ నష్టపోయే అవకాశం కూడా ఉంటుంది.

ఆస్తుల కేటాయింపు

పెట్టుబడిలో, ఆస్తుల కేటాయింపు అంటే వివిధ రకాల ఆస్తులలో మీ డబ్బును ఎలా పెట్టుబడి పెట్టాలో నిర్ణయించే ప్రక్రియ. ఈక్విటీలు (షేర్లు), బాండ్లు, రియల్ ఎస్టేట్, కమోడిటీలు మరియు నగదు వంటి వివిధ రకాల ఆస్తులు ఉన్నాయి.

ఆస్తుల కేటాయింపు ముఖ్యమైనది ఎందుకంటే ఇది మీ పెట్టుబడి రిస్క్‌ను తగ్గించడానికి మరియు మీ రాబడిని పెంచడానికి సహాయపడుతుంది. మీరు మీ డబ్బును వివిధ రకాల ఆస్తులలో పెట్టుబడి పెట్టినప్పుడు, ఒక ఆస్తి విలువ పడిపోయినా, మీరు ఇతర ఆస్తుల నుండి రాబడిని పొందవచ్చు.

ఆస్తుల కేటాయింపును ఎలా చేయాలి

మీరు ఆస్తుల కేటాయింపును చేయడానికి ఈ దశలను అనుసరించవచ్చు:

1. మీ పెట్టుబడి లక్ష్యాలను నిర్వచించండి: మీరు ఏమిటి సాధించడానికి పెట్టుబడి పెడుతున్నారు? మీరు పెద్ద ఇల్లు కొనాలని ప్లాన్ చేస్తున్నారా? మీ పిల్లల విద్యకోసం సేవ్ చేస్తున్నారా? మీ పదవీ విరమణ కోసం సిద్ధం చేస్తున్నారా? మీ పెట్టుబడి లక్ష్యాలను బట్టి, మీరు మీ ఆస్తుల కేటాయింపును నిర్ణయించవచ్చు.

2. మీ రిస్క్ ఆకలిని అంచనా వేయండి: మీరు ఎంత రిస్క్ తీసుకోవడానికి సిద్ధంగా ఉన్నారు? మీరు మీ పెట్టుబడులను నష్టపోకుండా ఉండాలని కోరుకుంటున్నారా లేదా మీరు అధిక రాబడి కోసం కొంత

రిస్క్ తీసుకోవడానికి సిద్ధంగా ఉన్నారా? మీ రిస్క్ ఆకలిని బట్టి, మీరు మీ ఆస్తుల కేటాయింపును నిర్ణయించవచ్చు.

3. మీ ఆర్థిక పరిస్థితిని అర్థం చేసుకోండి: మీరు ఎంత డబ్బు పెట్టుబడి పెట్టగలరు? మీరు ఎంతకాలం పెట్టుబడి పెట్టగలరు? మీరు ఎంత అప్పులు చేస్తున్నారు? మీ ఆర్థిక పరిస్థితిని బట్టి, మీరు మీ ఆస్తుల కేటాయింపును నిర్ణయించవచ్చు.

4. వివిధ ఆస్తులలో పెట్టుబడి పెట్టండి: మీ డబ్బును వివిధ రకాల ఆస్తులలో పెట్టుబడి పెట్టడం ద్వారా మీ రిస్క్‌ను తగ్గించవచ్చు. ఉదాహరణకు, మీరు ఈక్విటీలు, బాండ్లు మరియు రియల్ ఎస్టేట్‌లో పెట్టుబడి పెట్టవచ్చు. మీరు వివిధ పరిశ్రమలు మరియు కంపెనీలలో కూడా పెట్టుబడి పెట్టవచ్చు.

చక్రవడ్డీ

చక్రవడ్డీ అనేది అసలుకు మరియు వడ్డీకి కలిపి లెక్కించిన వడ్డీ. అంటే, ప్రతి సంవత్సరం వచ్చిన వడ్డీని మూలధనంలో కలిపి, తరువాత సంవత్సరానికి వడ్డీని లెక్కిస్తారు. ఇలా చేయడం వల్ల, ప్రతి సంవత్సరం వచ్చే వడ్డీ పెరుగుతూ ఉంటుంది.

చక్రవడ్డీని లెక్కించడానికి క్రింది సూత్రాన్ని ఉపయోగిస్తారు:

A = P(1 + R/100)^N
ఇక్కడ,

- A = చక్రవడ్డీతో సహా మొత్తం మొత్తం

- P = అసలు మొత్తం

- R = వడ్డీ రేటు (శాతంలో)

- N = సంవత్సరాల సంఖ్య

ఉదాహరణకు, రూ.10,000 అసలు మొత్తాన్ని 5% వడ్డీ రేటుకు 10 సంవత్సరాలు పెట్టుబడి పెట్టినట్లయితే, చక్రవడ్డీతో సహా మొత్తం మొత్తం క్రింది విధంగా ఉంటుంది:

A = 10000(1 + 5/100)^10 = 16,288.95
అంటే, 10 సంవత్సరాల తర్వాత, అసలు మొత్తం రూ.16,288.95కి పెరుగుతుంది.

చక్రవడ్డీని వివిధ రకాలుగా ఉపయోగించవచ్చు. ఉదాహరణకు, రిటైర్మెంట్ ప్లాన్ కోసం పొదుపు చేయడానికి, పిల్లల చదువు కోసం డబ్బును సేకరించడానికి లేదా హౌస

లోన్ తీసుకున్నప్పుడు తక్కువ వడ్డీ రేటు పొందడానికి చక్రవడ్డీని ఉపయోగించవచ్చు.

చక్రవడ్డీ యొక్క ప్రయోజనాలు

- చక్రవడ్డీ అనేది మీ డబ్బును పెంచడానికి అత్యంత శక్తివంతమైన మార్గాల్లో ఒకటి.

- మీరు ఎంత ఎక్కువ సమయం పాటు పెట్టుబడి పెడితే, అంత ఎక్కువ చక్రవడ్డీని సంపాదించవచ్చు.

- చక్రవడ్డీని మీ పొదుపులను వేగంగా పెంచడానికి ఉపయోగించవచ్చు.

- చక్రవడ్డీని మీరు రిటైర్మెంట్ ప్లాన్ కోసం, పిల్లల చదువు కోసం లేదా హౌస్ లోన్ తీసుకున్నప్పుడు తక్కువ వడ్డీ రేటు పొందడానికి ఉపయోగించవచ్చు.

చక్రవడ్డీ యొక్క రిస్కులు

- చక్రవడ్డీ అనేది మీ డబ్బును పెంచడానికి అత్యంత శక్తివంతమైన మార్గాల్లో ఒకటి అయినప్పటికీ, ఇది రిస్క్ లేకుండా ఉండదు.

- మీరు పెట్టుబడి పెట్టిన మొత్తం తగ్గే ప్రమాదం కూడా ఉంది.

- అందువల్ల, పెట్టుబడి పెట్టే ముందు మీరు పెట్టుబడి రిస్కులను అర్థం చేసుకోవడం చాలా ముఖ్యం.

Chapter 3: Staying Secure
Chapter 3: సురక్షితంగా ఉండటం

మీ ఆస్తులను రక్షించుకోవడం

మీ ఆస్తులు మీరు కష్టపడి సంపాదించినవి, అందువల్ల వాటిని రక్షించుకోవడం చాలా ముఖ్యం. మీ ఆస్తులను రక్షించుకోవడానికి మీరు తీసుకోవలసిన వివిధ చర్యలు ఉన్నాయి.

మీ ఆస్తులను పరిశీలించండి

మీరు మీ ఆస్తులను రక్షించుకోవడానికి ముందు, మీరు వాటిని గుర్తించి, వాటి విలువను అంచనా వేయాలి. ఇందులో మీ ఇల్లు, వాహనం, పెట్టుబడులు, బీమా పాలసీలు మరియు ఇతర విలువైన వస్తువులు ఉన్నాయి. మీ ఆస్తులను పరిశీలించడం ద్వారా, మీరు వాటిని రక్షించడానికి ఏ చర్యలు తీసుకోవాలి అనే దానిపై మంచి అవగాహన పొందవచ్చు.

బీమా

మీ ఆస్తులను రక్షించుకోవడానికి ఉత్తమ మార్గాలలో ఒకటి బీమా చేయడం. బీమా మీ ఆస్తులకు నష్టం జరిగితే లేదా అవి దొంగిలించబడితే మీకు ఆర్థిక రక్షణ కల్పిస్తుంది. వివిధ రకాల బీమా పాలసీలు ఉన్నాయి, అందువల్ల మీకు అవసరమైన రక్షణను పొందేందుకు మీరు మీ బీమా ఏజెంట్‌తో మాట్లాడాలి.

ఇంటి భద్రత

మీ ఇంటి భద్రతను మెరుగుపరచడం ద్వారా మీ ఆస్తులను రక్షించుకోవచ్చు. ఇందులో బలమైన తాళాలు అమర్చడం, బర్గలర్ అలారం వ్యవస్థను ఇన్‌స్టాల్ చేయడం మరియు మీ ఇంటిని బాగా వెలిగించడం ఉన్నాయి. మీరు సెక్యూరిటీ కెమెరాలను కూడా అమర్చవచ్చు, ఇది మీ ఇంటి చుట్టూ ఏమి జరుగుతుందో మీరు తెలుసుకునేలా చేస్తుంది.

సైబర్ భద్రత

సైబర్ నేరాలు రోజురోజుకు పెరుగుతున్నాయి, అందువల్ల మీ ఆన్‌లైన్ ఆస్తులను రక్షించుకోవడం చాలా ముఖ్యం. ఇందులో మీ పాస్‌వర్డ్‌లను బలంగా ఉంచడం, మీ కంప్యూటర్‌ని మరియు మొబైల్ పరికరాలను సాఫ్ట్‌వేర్ ఉపయోగించి సురక్షితంగా ఉంచడం మరియు మీరు అనుమానాస్పద లింక్‌లు లేదా ఇమెయిల్‌లపై క్లిక్ చేయకుండా ఉండటం ఉన్నాయి.

ఇతర చర్యలు

మీ ఆస్తులను రక్షించుకోవడానికి మీరు తీసుకోవలసిన ఇతర చర్యలు ఉన్నాయి. ఉదాహరణకు, మీరు మీ విలువైన వస్తువులను సురక్షిత డిపాజిట్ బాక్స్‌లో ఉంచవచ్చు లేదా వాటికి ఫోటోలు తీసి పైల్లను సురక్షితంగా ఉంచవచ్చు. మీరు మీ పత్రాలు మరియు ఇతర ముఖ్యమైన పత్రాలను కూడా సురక్షితంగా ఉంచాలి.

మీ ఆస్తులను రక్షించుకోవడం చాలా ముఖ్యం. మీరు తీసుకునే చర్యలపై ఆధారపడి, మీ ఆస్తులను రిస్క్‌ల నుండి రక్షించేందుకు మీరు చాలా చేయవచ్చు.

బీమా

బీమా అనేది ఒక రకమైన ఆర్థిక రక్షణ. ఇది భవిష్యత్తులో జరిగే అనూహ్య సంఘటనల నుండి మనల్ని, మన ఆస్తిని కాపాడుతుంది. బీమా సంస్థ అనేది మన నుండి డబ్బు (ప్రీమియం) తీసుకుని, మనకు బీమా పాలసీని జారీ చేస్తుంది. ఈ పాలసీలో మనం చెల్లించే ప్రీమియం, బీమా సంస్థ మనకు ఇచ్చే రక్షణ పరిమితి (సమ్ అష్యూర్డ్) వంటి వివరాలు ఉంటాయి. మనకు బీమా చేయించుకున్న వస్తువు/వ్యక్తికి ఏదైనా నష్టం జరిగితే, బీమా సంస్థ మనకు సమ్ అష్యూర్డ్‌లో కొంత మొత్తాన్ని చెల్లిస్తుంది.

బీమాలు రకరకాలుగా ఉంటాయి. ప్రధానంగా మూడు రకాల బీమాలు ఉంటాయి.

- Life Insurance (జీవిత బీమా): జీవిత బీమా అనేది పాలసీదారు మరణించిన తర్వాత, వారి కుటుంబానికి ఆర్థిక భద్రతను కల్పించే బీమా. ఈ బీమాలో పాలసీదారులు తమ మరణానికి ముందు కొంత కాలం పాటు ప్రీమియం చెల్లిస్తారు. పాలసీదారు మరణించిన తర్వాత, బీమా సంస్థ నామినీకి సమ్ అష్యూర్డ్‌ను చెల్లిస్తుంది.

- Health Insurance (మెడికల్ బీమా): మెడికల్ బీమా అనేది అనారోగ్యంతో బాధపడినప్పుడు వైద్య ఖర్చులను భరించే బీమా. ఈ బీమాలో పాలసీదారులు తమ ఆరోగ్య పరిస్థితికి అనుగుణంగా ప్రీమియం చెల్లిస్తారు. పాలసీదారు అనారోగ్యంతో బాధపడి, వైద్య చికిత్స తీసుకుంటే, బీమా సంస్థ వైద్య ఖర్చులను భరిస్తుంది.

- General Insurance (జనరల్ బీమా): జనరల్ బీమా అనేది అగ్ని ప్రమాదాలు, వరదలు, ప్రకృతి విపత్తులు వంటి సంఘటనల నుండి ఆస్తిని కాపాడే బీమా. ఈ బీమాలో పాలసీదారులు తమ ఆస్తి విలువను బట్టి ప్రీమియం చెల్లిస్తారు. పాలసీదారు ఆస్తికి ఏదైనా నష్టం జరిగితే, బీమా సంస్థ నష్టపరిహారం చెల్లిస్తుంది.

బీమా చేయించుకోవడం చాలా ముఖ్యం. ఎందుకంటే, అనూహ్య సంఘటనలు జరిగినప్పుడు, మనకు ఆర్థిక భద్రతను కల్పిస్తుంది. బీమా చేయించుకున్న వ్యక్తులు, వారి కుటుంబాలు మంచి జీవితాన్ని గడపగలుగుతారు.

బీమా చేయించుకోవడం వల్ల కలిగే ప్రయోజనాలు:

- ఆర్థిక భద్రత: బీమా చేయించుకున్న వ్యక్తులు, వారి కుటుంబాలు అనూహ్య సంఘటనలు జరిగినప్పుడు ఆర్థిక ఇబ్బందులు పడకుండా ఉంటారు.

- శాంతి మనస్సు: బీమా చేయించుకున్న వ్యక్తులు, వారి కుటుంబాలు భవిష్యత్తు గురించి ఆందోళన చెందకుండా ఉంటారు.

రిస్క్ మేనేజ్‌మెంట్

రిస్క్ మేనేజ్‌మెంట్ అనేది రిస్క్‌లను గుర్తించి, అంచనా వేసి, నిర్వహించే ప్రక్రియ. ఇది రిస్క్‌ల నుండి సంభవించే నష్టాలను తగ్గించడానికి లేదా నివారించడానికి ఉద్దేశించబడింది. రిస్క్ మేనేజ్‌మెంట్ అన్ని రకాల సంస్థలకు మరియు వ్యక్తులకు ముఖ్యమైనది, ఎందుకంటే అది వారి వనరులు, లక్ష్యాలు మరియు ప్రతిష్టను కాపాడుకోవడానికి సహాయపడుతుంది.

రిస్క్ మేనేజ్‌మెంట్ ప్రక్రియలో నాలుగు ప్రధాన దశలు ఉన్నాయి:

1. రిస్క్ గుర్తింపు: ఈ దశలో, సంస్థ లేదా వ్యక్తి తమను ఎదుర్కొంటున్న అన్ని రకాల రిస్క్‌లను గుర్తించడానికి ప్రయత్నిస్తుంది. ఇది అంతర్గత మరియు బాహ్య రిస్క్‌లను కలిగి ఉంటుంది. అంతర్గత రిస్క్‌లు సంస్థ లేదా వ్యక్తి యొక్క నియంత్రణలో ఉండేవి, బాహ్య రిస్క్‌లు సంస్థ లేదా వ్యక్తి యొక్క నియంత్రణలో లేనివి.

2. రిస్క్ అంచనా: ఈ దశలో, సంస్థ లేదా వ్యక్తి రిస్క్‌ల యొక్క సంభావ్య ప్రభావాన్ని అంచనా వేస్తుంది. ఇందులో రిస్క్ సంభవించే అవకాశం మరియు రిస్క్ సంభవిస్తే సంభవించే నష్టాల తీవ్రతను పరిగణనలోకి తీసుకుంటుంది.

3. రిస్క్ నిర్వహణ: ఈ దశలో, సంస్థ లేదా వ్యక్తి రిస్క్‌లను తగ్గించడానికి లేదా నివారించడానికి చర్యలు తీసుకుంటుంది. ఇందులో రిస్క్‌లను నివారించడం, రిస్క్‌లను తగ్గించడం, రిస్క్‌లను బదిలీ చేయడం

మరియు రిస్కులను అంగీకరించడం వంటి చర్యలు ఉంటాయి.

4. రిస్క్ పర్యవేక్షణ: ఈ దశలో, సంస్థ లేదా వ్యక్తి రిస్కుల స్థాయిలను పర్యవేక్షిస్తుంది మరియు రిస్కుల నిర్వహణ వ్యూహాలు సమర్థవంతంగా ఉన్నాయని నిర్ధారించుకుంటుంది. రిస్క్ పర్యవేక్షణ ప్రక్రియలో, సంస్థ లేదా వ్యక్తి రిస్కుల స్థాయిలలో మార్పులను గుర్తించడానికి మరియు రిస్కులను నిర్వహించడానికి తీసుకున్న చర్యలు సమర్థవంతంగా ఉన్నాయని నిర్ధారించుకోవడానికి ప్రయత్నిస్తుంది.

ఎస్టేట్ ప్లానింగ్

ఎస్టేట్ ప్లానింగ్ అనేది మీ ఆస్తిని మీ మరణం తర్వాత మీరు ఎలా పంపిణీ చేయాలనుకుంటున్నారో అనే దాని గురించి ఆలోచించే మరియు నిర్ణయాలు తీసుకునే ప్రక్రియ. ఇందులో మీ ఆస్తిని ఎవరికి వదిలివేయాలనుకుంటున్నారో, మీ ఆస్తిని ఎలా పంపిణీ చేయాలనుకుంటున్నారో మరియు మీ ఆస్తి పంపిణీకి సంబంధించి మీకు ఏ ప్రత్యేక అభ్యర్థనలు ఉన్నాయో నిర్దేశించడం ఉంటుంది.

ఎస్టేట్ ప్లానింగ్ ఎందుకు ముఖ్యం?

ఎస్టేట్ ప్లానింగ్ ముఖ్యమైనందుకు కొన్ని కారణాలు ఇక్కడ ఉన్నాయి:

- మీ ఆస్తి పంపిణీపై నియంత్రణ - ఎస్టేట్ ప్లానింగ్ ద్వారా, మీరు మీ ఆస్తిని మీరు ఎవరికి వదిలివేయాలనుకుంటున్నారో మరియు మీ ఆస్తిని ఎలా పంపిణీ చేయాలనుకుంటున్నారో నిర్ణయించవచ్చు. మీరు మీ ఆస్తిని మీ కుటుంబానికి, స్నేహితులకు, స్వచ్ఛంద సంస్థలకు లేదా మీరు ఎంచుకున్న ఏ ఇతర వ్యక్తులకు లేదా సంస్థలకు అయినా వదిలివేయవచ్చు.

- మీ కుటుంబానికి ఆర్థిక భద్రత - ఎస్టేట్ ప్లానింగ్ మీ కుటుంబానికి ఆర్థిక భద్రతను అందించడానికి సహాయపడుతుంది. మీ మరణం తర్వాత మీ కుటుంబానికి మీ ఆస్తి నుండి ఆర్థిక సహాయం అందించడానికి మీరు ట్రస్ట్‌లు లేదా ఇతర ఆర్థిక పరికరాలను ఏర్పాటు చేయవచ్చు.

- తగాదాలు మరియు అయోమయాలను నివారించడం - ఎస్టేట్ ప్లానింగ్ మీ మరణం తర్వాత మీ ఆస్తి పంపిణీకి సంబంధించి తగాదాలు మరియు అయోమయాలను నివారించడానికి సహాయపడుతుంది. మీరు మీ ఆస్తిని ఎవరికి వదిలివేయాలనుకుంటున్నారో మరియు మీ ఆస్తిని ఎలా పంపిణీ చేయాలనుకుంటున్నారో స్పష్టంగా పేర్కొనడం ద్వారా, మీరు మీ కుటుంబం మరియు స్నేహితుల మధ్య తగాదాలను నివారించవచ్చు.

- చిన్నారుల పరిరక్షణ - మీరు చిన్నారులను కలిగి ఉంటే, ఎస్టేట్ ప్లానింగ్ మీ చిన్నారులకు వారి అవసరాలను తీర్చగలగడానికి సహాయపడుతుంది. మీ చిన్నారులకు సంరక్షకులను నియమించవచ్చు మరియు వారికి ఆర్థిక సహాయం అందించడానికి ట్రస్ట్‌లను లేదా ఇతర ఆర్థిక పరికరాలను ఏర్పాటు చేయవచ్చు.

రిటైర్‌మెంట్ ప్లానింగ్

రిటైర్‌మెంట్ అనేది జీవితంలో ఒక ముఖ్యమైన మైలురాయి. ఉద్యోగం నుండి రిటైర్ అయిన తర్వాత, మీరు మీ ఆదాయాన్ని కోల్పోతారు, కానీ మీ ఖర్చులు పెరుగుతాయి. అందువల్ల, రిటైర్‌మెంట్‌కు ముందుగానే ప్లాన్ చేసుకోవడం చాలా ముఖ్యం. రిటైర్‌మెంట్ ప్లానింగ్ అనేది మీ రిటైర్‌మెంట్ తర్వాత ఆర్థికంగా సురక్షితంగా ఉండటానికి సహాయపడే ఒక ప్రక్రియ.

రిటైర్‌మెంట్ ప్లానింగ్‌లో చేయాల్సిన పనులు:

1. మీ రిటైర్‌మెంట్ లక్ష్యాలను నిర్ణయించండి: మీ రిటైర్‌మెంట్ తర్వాత మీరు ఎలా జీవించాలనుకుంటున్నారో మరియు మీకు ఎంత డబ్బు అవసరమో నిర్ణయించడం మొదటి దశ. మీరు మీ ప్రస్తుత జీవనశైలిని కొనసాగించాలనుకుంటున్నారా లేదా మీ ఖర్చులను తగ్గించాలనుకుంటున్నారా? మీరు ప్రయాణం చేయాలనుకుంటున్నారా లేదా కొత్త హాబీలను ప్రయత్నించాలనుకుంటున్నారా? మీరు మీ పిల్లల చదువుకు లేదా మీ మనవల్లుల వివాహాలకు ఆర్థిక సహాయం అందించాలనుకుంటున్నారా? మీరు మీ రిటైర్‌మెంట్ లక్ష్యాలను నిర్ణయించిన తర్వాత, మీరు వాటిని సాధించడానికి ఎంత డబ్బు అవసరమో అంచనా వేయవచ్చు.

2. మీ ఆర్థిక పరిస్థితిని అంచనా వేయండి: మీ ప్రస్తుత ఆర్థిక పరిస్థితిని అర్థం చేసుకోవడం రిటైర్‌మెంట్ ప్లానింగ్‌లో ముఖ్యమైన భాగం. మీ ఆస్తులు, అప్పులు మరియు నెలవారీ ఆదాయం మరియు ఖర్చులను

లెక్కించండి. మీ ఆర్థిక పరిస్థితిని అర్థం చేసుకోవడం ద్వారా, మీరు మీ రిటైర్‌మెంట్ లక్ష్యాలను సాధించడానికి మీరు ఎంత డబ్బు ఆదా చేయవలసి ఉందో తెలుసుకోవచ్చు.

3. రిటైర్‌మెంట్ పొదుపు ప్రణాళికను రూపొందించండి: మీ రిటైర్‌మెంట్ లక్ష్యాలు మరియు ఆర్థిక పరిస్థితిని బట్టి, రిటైర్‌మెంట్ పొదుపు ప్రణాళికను రూపొందించండి. మీరు మీ జీతం నుండి ఒక నిర్దిష్ట మొత్తాన్ని ప్రతి నెలా పొదుపు చేయవచ్చు లేదా మీరు ఏదైనా పెట్టుబడి పథకంలో పెట్టుబడి పెట్టవచ్చు. రిటైర్‌మెంట్ పొదుపు ప్రణాళికను రూపొందించడానికి మీరు పైనాన్షియల్ అడ్వైజర్ సహాయం తీసుకోవచ్చు.

Chapter 4: Managing Debt
Chapter 4: బాధ్యతలను నిర్వహించడం

అప్పుల ప్రమాదాలు

అప్పు అనేది ఒక వ్యక్తి లేదా సంస్థ తీసుకున్న డబ్బు, దీనిని వడ్డీతో తిరిగి చెల్లించవలసి ఉంటుంది. అప్పులు చేయడం సహజమే అయినప్పటికీ, అధికంగా అప్పులు చేయడం ప్రమాదకరమైనది. అప్పుల ప్రమాదాలను అర్థం చేసుకోవడం మరియు అప్పులను తెలివిగా నిర్వహించడం చాలా ముఖ్యం.

అప్పుల ప్రమాదాలు ఏమిటి?

- ఆర్థిక ఒత్తిడి: అప్పులు చేయడం వల్ల ఆర్థిక ఒత్తిడి పెరుగుతుంది. ప్రతి నెల అప్పులకు వడ్డీ చెల్లించాలి మరియు అసలు మొత్తాన్ని తిరిగి చెల్లించాలి. అప్పుల మొత్తం ఎంత ఎక్కువగా ఉంటే, అంత ఎక్కువ ఒత్తిడి ఉంటుంది.

- బ్యాడ్ క్రెడిట్ స్కోర్: అప్పులు చేసి సకాలంలో తిరిగి చెల్లించకపోతే, మీ క్రెడిట్ స్కోర్ పడిపోతుంది. క్రెడిట్ స్కోర్ మీ ఆర్థిక ఆరోగ్యం యొక్క కొలత. క్రెడిట్ స్కోర్ తక్కువగా ఉంటే, మీకు భవిష్యత్తులో రుణాలు పొందడం కష్టమవుతుంది.

- దీర్ఘకాలిక ఆర్థిక ఇబ్బందులు: అప్పులను సకాలంలో తిరిగి చెల్లించలేకపోతే, మీరు తీవ్రమైన ఆర్థిక ఇబ్బందుల్లో పడే అవకాశం ఉంది. మీ ఆస్తులు జప్తు

చేయబడవచ్చు లేదా మీరు బ్యాంకుప్ట్సీకి దరఖాస్తు చేయవలసి రావచ్చు.

అప్పులను తెలివిగా ఎలా నిర్వహించాలి?

- అవసరం లేకుండా అప్పులు చేయకండి: అప్పులు చేయడానికి ముందు, మీకు నిజంగా అవసరమో లేదో బాగా ఆలోచించండి. అవసరం లేకుండా అప్పులు చేయడం మిమ్మల్ని ఆర్థిక ఇబ్బందుల్లోకి నెట్టే అవకాశం ఉంది.

- మీరు చెల్లించగలిగినంత మాత్రమే అప్పులు చేయండి: అప్పులు చేయడానికి ముందు, మీ బడ్జెట్‌ను జాగ్రత్తగా పరిశీలించి, మీరు ప్రతి నెల ఎంత చెల్లించగలరో నిర్ణయించుకోండి. మీరు చెల్లించగలిగినంత మాత్రమే అప్పులు చేయండి.

- అప్పులను తెలివిగా ఎంచుకోండి: అన్ని అప్పులు ఒకేలా ఉండవు. కొన్ని అప్పులు అధిక వడ్డీ రేట్లను కలిగి ఉండగా, మరికొన్ని అప్పులు తక్కువ వడ్డీ రేట్లను కలిగి ఉంటాయి. అప్పులు చేయడానికి ముందు, వడ్డీ రేట్లు మరియు ఇతర ఛార్జీలను జాగ్రత్తగా పరిశీలించి, మీకు ఉత్తమంగా సరిపోయే అప్పులను ఎంచుకోండి.

అప్పుల ఊబి నుండి బయటపడటం ఎలా?

అప్పులు చేయడం సులభం, కానీ తీర్చడం కష్టం. అయితే, కొన్ని సాధారణ సూత్రాలను అనుసరిస్తే, అప్పుల నుండి బయటపడవచ్చు.

1. మీ ఆర్థిక పరిస్థితిని అర్థం చేసుకోండి

మీరు అప్పుల నుండి బయటపడాలంటే, మీ ఆర్థిక పరిస్థితిని అర్థం చేసుకోవడం ముఖ్యం. మీకు ఎంత అప్పు ఉందో, ఆ అప్పుకు ఎంత వడ్డీ చెల్లిస్తున్నారో తెలుసుకోవాలి. మీ నెలవారీ ఆదాయం మరియు ఖర్చులను కూడా గణించాలి.

2. మీ అప్పులను నిర్వహించండి

మీరు మీ అప్పులను ఒకే చోట నమోదు చేసుకోవాలి. ఇది మీకు ఎంత అప్పు ఉందో, దానికి ఎంత వడ్డీ చెల్లిస్తున్నారో తెలుసుకోవడానికి సహాయపడుతుంది. అలాగే, మీ అప్పులను తీర్చడానికి ఒక ప్లాన్‌ను రూపొందించాలి.

3. మీ ఖర్చులను తగ్గించండి

మీరు అప్పుల నుండి బయటపడాలంటే, మీ ఖర్చులను తగ్గించాలి. మీరు అవసరమైన ఖర్చులపై మాత్రమే దృష్టి పెట్టాలి. అనవసర ఖర్చులను తగ్గించాలి.

4. మీ ఆదాయాన్ని పెంచుకోండి

మీరు అప్పుల నుండి బయటపడాలంటే, మీ ఆదాయాన్ని పెంచుకోవడానికి కూడా ప్రయత్నించాలి. మీరు అదనపు

ఉద్యోగం చేయవచ్చు లేదా మీ ప్రస్తుత ఉద్యోగంలో పదోన్నతి పొందడానికి ప్రయత్నించవచ్చు.

5. మీ అప్పులను క్రమం తప్పకుండా తీర్చండి

మీరు మీ అప్పులను క్రమం తప్పకుండా తీర్చడం చాలా ముఖ్యం. మీరు క్రమం తప్పకుండా అప్పులు తీర్చినట్లయితే, మీ అప్పు భారం తగ్గుతుంది. అలాగే, మీరు మంచి క్రెడిట్ స్కోర్‌ను నిర్వహించగలరు.

6. అవసరమైతే, రుణ కౌన్సెలర్‌ని సంప్రదించండి

మీరు అప్పుల నుండి బయటపడడానికి కష్టపడుతున్నట్లయితే, రుణ కౌన్సెలర్‌ని సంప్రదించండి. రుణ కౌన్సెలర్లు మీకు మీ అప్పులను నిర్వహించడానికి మరియు తీర్చడానికి సహాయపడతారు.

అప్పుల తిరిగి చెల్లింపు ప్రణాళికను రూపొందించడం

అప్పుల నుండి బయటపడాలంటే, ఒక మంచి అప్పు తిరిగి చెల్లింపు ప్రణాళికను రూపొందించడం చాలా ముఖ్యం. ఈ ప్రణాళిక మీ అప్పులను ఎంత త్వరగా మరియు సమర్థవంతంగా తీర్చగలరో నిర్ణయిస్తుంది.

అప్పు తిరిగి చెల్లింపు ప్రణాళికను రూపొందించడానికి దశలు

1. మీ అప్పులను అర్థం చేసుకోండి

మీరు అప్పు తిరిగి చెల్లింపు ప్రణాళికను రూపొందించడానికి ముందు, మీ అప్పుల గురించి మీకు సరైన అవగాహన ఉండాలి. మీకు ఎంత అప్పు ఉంది, ఆ అప్పుకు ఎంత వడ్డీ చెల్లిస్తున్నారో తెలుసుకోవాలి. మీ అప్పులను ఒకే చోట నమోదు చేసుకోవడం మంచిది. ఇది మీ అప్పులను సమర్థవంతంగా నిర్వహించడానికి మరియు తీర్చడానికి సహాయపడుతుంది.

2. మీ ఆర్థిక పరిస్థితిని అంచనా వేయండి

మీరు అప్పు తిరిగి చెల్లింపు ప్రణాళికను రూపొందించడానికి ముందు, మీ ఆర్థిక పరిస్థితిని కూడా అంచనా వేయాలి. మీ నెలవారీ ఆదాయం మరియు ఖర్చులను గణించాలి. ఇది మీ అప్పులకు ఎంత మొత్తం చెల్లించగలరో తెలుసుకోవడానికి సహాయపడుతుంది.

3. మీ అప్పులకు ప్రాధాన్యత ఇవ్వండి

మీరు అప్పులన్నింటికీ ఒకేసారి చెల్లించలేరు. కాబట్టి, మీ అప్పులకు ప్రాధాన్యత ఇవ్వాలి. వడ్డీ రేటు ఎక్కువగా ఉన్న

అప్పులకు ముందుగా చెల్లించాలి. అలాగే, తక్కువ మొత్తంలో ఉన్న అప్పులకు ముందుగా చెల్లించడం మంచిది.

4. మీ అప్పులను తీర్చడానికి ఒక బడ్జెట్‌ను రూపొందించండి

మీరు మీ అప్పులను తీర్చడానికి ఒక బడ్జెట్‌ను రూపొందించాలి. ఈ బడ్జెట్ మీ నెలవారీ ఆదాయం మరియు ఖర్చులను పరిగణనలోకి తీసుకోవాలి. మీరు మీ అప్పులకు చెల్లించగల గరిష్ట మొత్తాన్ని బడ్జెట్‌లో చేర్చాలి.

5. మీ ప్రణాళికను అమలు చేయండి

మీరు అప్పు తిరిగి చెల్లింపు ప్రణాళికను రూపొందించిన తర్వాత, దానిని అమలు చేయడం చాలా ముఖ్యం. మీరు మీ బడ్జెట్‌ను పాటించాలి మరియు మీ అప్పులకు క్రమం తప్పకుండా చెల్లించాలి. మీరు మీ అప్పులను తీర్చడానికి ప్రతి నెలా కొంత మొత్తాన్ని సేవ్ చేయాలి.

6. మీ ప్రణాళికను సమీక్షించండి మరియు అవసరమైతే సర్దుబాటు చేయండి

మీరు మీ అప్పు తిరిగి చెల్లింపు ప్రణాళికను అమలు చేస్తున్నప్పుడు, దానిని క్రమం తప్పకుండా సమీక్షించాలి మరియు అవసరమైతే సర్దుబాటు చేయాలి.

అప్పుల ఊబిలకు దూరంగా ఉండటం ఎలా?

అప్పులు చేయడం సులభం, కానీ అప్పుల ఊబి నుండి బయటపడడం కష్టం. అప్పుల ఊబిలను నివారించడానికి కొన్ని చిట్కాలు ఇక్కడ ఉన్నాయి:

- మీ ఖర్చులను మీ ఆదాయానికి తగ్గించండి

మీరు మీ ఆదాయానికి మించి ఖర్చు చేస్తే, అప్పులకు దారి తీస్తుంది. కాబట్టి, మీ ఖర్చులను మీ ఆదాయానికి తగ్గించడం చాలా ముఖ్యం. మీరు మీ ఖర్చులను బడ్జెట్‌లో పెట్టవచ్చు. ఇది మీ ఖర్చులను నియంత్రించడానికి సహాయపడుతుంది.

- అవసరమైనప్పుడు మాత్రమే అప్పులు చేయండి

అప్పులు చేయడానికి ముందు, మీకు అప్పు ఎందుకు అవసరమో ఆలోచించండి. మీరు అవసరమైనప్పుడు మాత్రమే అప్పులు చేయాలి. అనవసర అప్పులు చేయడం మానుకోండి.

- అధిక వడ్డీ రేట్లు ఉన్న అప్పులకు దూరంగా ఉండండి

అధిక వడ్డీ రేట్లు ఉన్న అప్పులు చేయడం మానుకోండి. ఈ అప్పులు మీ ఆర్థిక భారాన్ని పెంచుతాయి. అప్పు తీసుకునే ముందు, వడ్డీ రేటును పోల్చండి మరియు తక్కువ వడ్డీ రేటు ఉన్న అప్పును ఎంచుకోండి.

- క్రెడిట్ కార్డ్‌లను జాగ్రత్తగా ఉపయోగించండి

క్రెడిట్ కార్డ్‌లు అనుకూలంగా ఉండవచ్చు, కానీ అవి ప్రమాదకరంగా కూడా ఉంటాయి. మీరు క్రమం తప్పకుండా

క్రెడిట్ కార్డ్ బిల్లులను చెల్లించకపోతే, అప్పుల ఊబికి దారి తీస్తుంది. కాబట్టి, క్రెడిట్ కార్డ్లను జాగ్రత్తగా ఉపయోగించండి.

- రహస్య అప్పులు చేయడం మానుకోండి

రహస్య అప్పులు చేయడం మాత్రం మంచిది కాదు. మీరు రహస్య అప్పులు చేస్తే, మీ ఆర్థిక పరిస్థితిని మీరు నిర్వహించలేరు. కాబట్టి, రహస్య అప్పులు చేయడం మానుకోండి.

- అప్పుల ఊబిలో చిక్కుకున్నప్పుడు సహాయం తీసుకోండి

మీరు అప్పుల ఊబిలో చిక్కుకున్నట్లయితే, సహాయం తీసుకోవడం మంచిది. మీరు రుణ కౌన్సెలర్ని సంప్రదించవచ్చు. రుణ కౌన్సెలర్లు మీకు మీ అప్పులను నిర్వహించడానికి మరియు తీర్చడానికి సహాయపడతారు.

అప్పుల ఊబిలను నివారించడానికి ఇవి కొన్ని చిట్కాలు. మీరు ఈ చిట్కాలను పాటించినట్లయితే, అప్పుల ఊబి నుండి బయటపడవచ్చు మరియు ఆర్థికంగా స్వేచ్చగా ఉండవచ్చు.

Chapter 5: Building Wealth
Chapter 5: సంపద సృష్టి

సొమ్ము దాచుకోవడం ఎందుకు ముఖ్యం

సొమ్ము దాచుకోవడం అనేది జీవితంలో చాలా ముఖ్యమైన అలవాటు. భవిష్యత్తులో వచ్చే అనూహ్య ఖర్చులను తట్టుకోవడానికి, మన గోల్స్‌ను సాధించడానికి ఆర్థిక స్వాతంత్ర్యాన్ని పొందడానికి సొమ్ము దాచుకోవడం చాలా అవసరం.

సొమ్ము దాచుకోవడం వల్ల కలిగే ప్రయోజనాలు

- ఆర్థిక భద్రత: సొమ్ము దాచుకోవడం వల్ల ఆర్థిక భద్రత లభిస్తుంది. అనూహ్య ఖర్చులు వచ్చినప్పుడు, ఉద్యోగం పోయినప్పుడు, అనారోగ్యం వచ్చినప్పుడు సొమ్ము దాచుకున్న డబ్బు మనకు ఆర్థికంగా తోడ్పడుతుంది.

- గోల్స్‌ను సాధించడం: సొమ్ము దాచుకోవడం వల్ల మన గోల్స్‌ను సాధించడానికి అవసరమైన డబ్బును సేకరించగలం. కొత్త ఇల్లు కొనడం, కారు కొనడం, పిల్లల చదువుల కోసం డబ్బు దాచుకోవడం, పెద్దవయ్యాక హాయిగా బతికేందుకు డబ్బు దాచుకోవడం వంటి అన్ని గోల్స్‌ను సొమ్ము దాచుకోవడం వల్ల సాధించగలం.

- ఆర్థిక స్వాతంత్ర్యం: సొమ్ము దాచుకోవడం వల్ల ఆర్థిక స్వాతంత్ర్యాన్ని పొందగలం. అంటే, మనకు కావలసిన వస్తువులను మనం కొనుక్కోగలం, మనకు కావలసిన విధంగా జీవించగలం.

సొమ్ము ఎలా దాచుకోవాలి

సొమ్ము దాచుకోవడం చాలా సులభం. కొన్ని చిన్న చిన్న చిట్కాలను పాటించడం ద్వారా ఎవరైనా సొమ్ము దాచుకోవచ్చు.

- బడ్జెట్ను ప్లాన్ చేయండి: సొమ్ము దాచుకోవడానికి ముందుగా బడ్జెట్ను ప్లాన్ చేయాలి. అంటే, మనకు నెలకు ఎంత ఆదాయం వస్తుందో, ఎంత ఖర్చు అవుతుందో లెక్కించాలి. ఖర్చులను తగ్గించి, ఆదాయంలో కొంత భాగాన్ని సొమ్ముగా దాచుకోవాలి.

- ఆటోమేటిక్ సేవింగ్స్ను ఎంచుకోండి: బ్యాంకుల్లో లభించే ఆటోమేటిక్ సేవింగ్స్ను ఎంచుకోవడం ద్వారా సులభంగా సొమ్ము దాచుకోవచ్చు. ఈ సేవింగ్స్ ఖాతాలోకి నెలకు కొంత మొత్తంలో డబ్బు ఆటోమేటిక్గా ట్రాన్స్ఫర్ అవుతుంది. దీంతో, మనకు తెలియకుండానే సొమ్ము దాచుకున్నట్లు అవుతుంది.

ఎక్కువ డబ్బు దాచుకోవడం ఎలా

డబ్బు దాచుకోవడం అనేది జీవితంలో చాలా ముఖ్యమైన అలవాటు. కానీ, చాలా మందికి డబ్బు దాచుకోవడం కష్టంగా ఉంటుంది. అయితే, కొన్ని చిన్న చిన్న చిట్కాలను పాటించడం ద్వారా ఎవరైనా ఎక్కువ డబ్బు దాచుకోవచ్చు.

1. బడ్జెట్‌ను ప్లాన్ చేయండి

డబ్బు ఎక్కువగా దాచుకోవడానికి మొదటి అడుగు బడ్జెట్‌ను ప్లాన్ చేయడం. అంటే, మీ నెలవారీ ఆదాయం మరియు ఖర్చులను లెక్కించడం. మీరు మీ ఖర్చులను తెలుసుకోవడం ద్వారా, ఎక్కడ డబ్బు ఆదా చేయవచ్చో గుర్తించవచ్చు.

2. మీ ఖర్చులను తగ్గించండి

మీ బడ్జెట్‌ను ప్లాన్ చేసిన తర్వాత, మీ ఖర్చులను తగ్గించడానికి మార్గాలను వెతకండి. అనవసరమైన ఖర్చులను తగ్గించడం, బేరీజు వేసుకోవడం, తక్కువ ధరకు లభించే ప్రత్యామ్నాయాలను ఎంచుకోవడం వంటి మార్గాల ద్వారా మీరు మీ ఖర్చులను తగ్గించవచ్చు.

3. ఎక్కువ ఆదాయం సంపాదించండి

మీ ఖర్చులను తగ్గించడంతో పాటు, ఎక్కువ ఆదాయం సంపాదించడానికి కూడా మార్గాలను వెతకండి. మీ ప్రస్తుత ఉద్యోగంలో అదనపు పనిని చేయడం, పార్ట్‌టైమ్ ఉద్యోగం చేయడం, లేదా ఆన్‌లైన్‌లో డబ్బు సంపాదించడానికి మార్గాలను వెతకడం వంటివి మీరు చేయవచ్చు.

4. ఆటోమేటిక్ సేవింగ్స్‌ను ఎంచుకోండి

మీరు నెలకు కొంత మొత్తంలో డబ్బును ఆదా చేయాలనుకుంటే, మీ బ్యాంకు ఖాతాలో ఆటోమేటిక్‌గా డబ్బు ట్రాన్స్‌ఫర్ అయ్యేలా చేయండి. దీనివల్ల, మీరు డబ్బు దాచుకోవడం మర్చిపోకుండా ఉంటారు.

5. మీ డబ్బును సురక్షితంగా ఉంచండి

మీరు దాచుకున్న డబ్బును సురక్షితంగా ఉంచడం చాలా ముఖ్యం. మీరు మీ డబ్బును బ్యాంకులో డిపాజిట్ చేయవచ్చు, లేదా మ్యూచువల్ ఫండ్స్‌లో పెట్టుబడి పెట్టవచ్చు.

6. మీ దీర్ఘకాలిక లక్ష్యాలను గుర్తుంచుకోండి

మీరు ఎందుకు డబ్బు దాచుకుంటున్నారో అనే దాని గురించి ఎల్లప్పుడూ గుర్తుంచుకోండి. మీ దీర్ఘకాలిక లక్ష్యాలను దృష్టిలో ఉంచుకుంటే, డబ్బు దాచుకోవడానికి మీకు ప్రేరణ లభిస్తుంది.

మీ ఆదాయానికి తగ్గట్టుగా జీవించడం

మీ ఆదాయానికి తగ్గట్టుగా జీవించడం అంటే, మీరు సంపాదించిన దానికంటే ఎక్కువ ఖర్చు చేయకుండా జీవించడం. ఇది చాలా సులభం అనిపించినప్పటికీ, చాలా మందికి ఇది కష్టంగా ఉంటుంది. ఎందుకంటే, మన చుట్టూ ఉన్నవాళ్ళు ఎలా జీవిస్తున్నారో, వారికి ఏమి ఉన్నాయో చూసి మనం కూడా అలాగే జీవించాలని అనుకుంటాం. కానీ, ఇది మన ఆర్థిక భవిష్యత్తుకు మంచిది కాదు.

మీ ఆదాయానికి తగ్గట్టుగా జీవించడం వల్ల కలిగే ప్రయోజనాలు:

- ఆర్థిక భద్రత: మీ ఆదాయానికి తగ్గట్టుగా జీవించడం వల్ల ఆర్థిక భద్రత లభిస్తుంది. అ unexpected ఖర్చులు వచ్చినప్పుడు, ఉద్యోగం పోయినప్పుడు, అనారోగ్యం వచ్చినప్పుడు మీరు ఆర్థికంగా ఇబ్బందులు పడకుండా ఉంటారు.

- గోల్సను సాధించడం: మీ ఆదాయానికి తగ్గట్టుగా జీవించడం వల్ల మీ గోల్సను సాధించడానికి అవసరమైన డబ్బును సేకరించగలరు. కొత్త ఇల్లు కొనడం, కారు కొనడం, పిల్లల చదువుల కోసం డబ్బు దాచుకోవడం, పెద్దవయ్యాక హాయిగా బతికేందుకు డబ్బు దాచుకోవడం వంటి అన్ని గోల్సను మీరు సాధించగలరు.

- ఆర్థిక స్వాతంత్ర్యం: మీ ఆదాయానికి తగ్గట్టుగా జీవించడం వల్ల ఆర్థిక స్వాతంత్ర్యాన్ని పొందగలరు. అంటే, మీకు కావలసిన వస్తువులను మీరు కొనుక్కోగలరు, మీకు కావలసిన విధంగా జీవించగలరు.

మీ ఆదాయానికి తగ్గట్టుగా జీవించడం ఎలా:

- మీ ఆదాయం మరియు ఖర్చులను లెక్కించండి: మీ ఆదాయానికి తగ్గట్టుగా జీవించడానికి మొదటి అడుగు మీ ఆదాయం మరియు ఖర్చులను లెక్కించడం. దీనివల్ల మీరు ఎంత డబ్బు సంపాదిస్తున్నారో, ఎంత డబ్బు ఖర్చు చేస్తున్నారో తెలుసుకుంటారు.

- మీ ఖర్చులను తగ్గించండి: మీ ఆదాయానికి తగ్గట్టుగా జీవించడానికి మీ ఖర్చులను తగ్గించాలి. అనవసరమైన ఖర్చులను తగ్గించడం, బేరీజు వేసుకోవడం, తక్కువ ధరకు లభించే ప్రత్యామ్నాయాలను ఎంచుకోవడం వంటి మార్గాల ద్వారా మీరు మీ ఖర్చులను తగ్గించవచ్చు.

- మీ గోల్స్‌ను నిర్దేశించుకోండి: మీరు ఎందుకు డబ్బు దాచుకుంటున్నారో, మీ దీర్ఘకాలిక లక్ష్యాలు ఏమిటో తెలుసుకోండి. మీ గోల్స్‌ను దృష్టిలో ఉంచుకుంటే, మీరు డబ్బు దాచుకోవడానికి ప్రేరణ లభిస్తుంది.

బహుళ ఆదాయ వనరులను సృష్టించడం

ఒకే ఆదాయ వనరుపై ఆధారపడడం కంటే బహుళ ఆదాయ వనరులను సృష్టించడం మంచిది. దీనివల్ల మీ ఆర్థిక భద్రత పెరుగుతుంది మరియు మీ గోల్స్‌ను సాధించడానికి అవసరమైన డబ్బును సేకరించగలరు.

బహుళ ఆదాయ వనరులను సృష్టించడం ఎందుకు ముఖ్యం?

- ఆర్థిక భద్రత: ఒకే ఆదాయ వనరుపై ఆధారపడితే, ఆ ఆదాయ వనరు పోయినప్పుడు ఆర్థిక ఇబ్బందులు ఎదుర్కొంటారు. కానీ, బహుళ ఆదాయ వనరులు ఉంటే, ఒక ఆదాయ వనరు పోయినా ఇతర ఆదాయ వనరుల నుండి డబ్బు వస్తుంది. దీంతో, ఆర్థిక ఇబ్బందులు ఎదుర్కోనకుండా ఉంటారు.

- గోల్స్‌ను సాధించడం: బహుళ ఆదాయ వనరులు ఉంటే, ఎక్కువ డబ్బును సేకరించగలరు. దీంతో, మీ గోల్స్‌ను త్వరగా సాధించగలరు. ఉదాహరణకు, కొత్త ఇల్లు కొనడం, కారు కొనడం, పిల్లల చదువుల కోసం డబ్బు దాచుకోవడం, పెద్దవయ్యాక హాయిగా బతికేందుకు డబ్బు దాచుకోవడం వంటి అన్ని గోల్స్‌ను బహుళ ఆదాయ వనరులు ఉంటే త్వరగా సాధించగలరు.

- ఆర్థిక స్వాతంత్ర్యం: బహుళ ఆదాయ వనరులు ఉంటే, ఆర్థిక స్వాతంత్ర్యాన్ని పొందగలరు. అంటే, మీకు కావలసిన వస్తువులను మీరు కొనుక్కోగలరు, మీకు కావలసిన విధంగా జీవించగలరు.

బహుళ ఆదాయ వనరులను సృష్టించే మార్గాలు

బహుళ ఆదాయ వనరులను సృష్టించడానికి అనేక మార్గాలు ఉన్నాయి. కొన్ని మార్గాలు ఇక్కడ ఉన్నాయి:

- పార్ట్ టైమ్ ఉద్యోగం చేయండి: మీ ప్రస్తుత ఉద్యోగంతో పాటు పార్ట్ టైమ్ ఉద్యోగం చేయవచ్చు. దీనివల్ల, అదనపు ఆదాయం వస్తుంది.

- ఆన్లైన్లో డబ్బు సంపాదించండి: ఆన్లైన్లో డబ్బు సంపాదించడానికి అనేక మార్గాలు ఉన్నాయి. ఉదాహరణకు, బ్లాగింగ్, ఫ్రీలాన్సింగ్, ఆన్లైన్ కోర్సులు అమ్మడం, ఇ-కామర్స్ వెబ్ సైట్ మొదలైనవి.

- పెట్టుబడి పెట్టండి: మీరు మీ డబ్బును పెట్టుబడి పెట్టి, పెట్టుబడి నుండి వచ్చే రాబడి ద్వారా ఆదాయం సంపాదించవచ్చు. ఉదాహరణకు, స్టాక్ మార్కెట్, మ్యూచువల్ ఫండ్స్, రియల్ ఎస్టేట్లో పెట్టుబడి పెట్టవచ్చు.